என் காட்டில் அடைமழை

ராஜிலா ரிஜ்வான்

வேரல்
புக்ஸ்

வேரல் புக்ஸ் வெளியீட்டு எண்: 114

என் காட்டில் அடைமழை * ராஜிலா ரிஜ்வான்© * கவிதைகள் *
முதல் பதிப்பு: டிசம்பர் 2023 * பக்கங்கள்: 90 *
வேரல் புக்ஸ் * 6, இரண்டாவது தளம், காவேரி தெரு, சாலிகிராமம், சென்னை – 600093 *
மின்னஞ்சல்: veralbooks2021@gmail.com * தொலைபேசி: 9578764322 *
அட்டை வடிவமைப்பு: லார்க் பாஸ்கரன் * லேஅவுட்: சந்தோஷ் கொளஞ்சி

En Kattil Adaimazhai * Rajila Rizwan© * Poems *
First Edition: December 2023 * Pages: 90 *
Veral Books * No: 6, 2nd Floor, Kaveri Street, Saligramam, Chennai – 600093 *
Email ID: veralbooks2021@gmail.com * Phone: 9578764322 *
Wrapper Designed by: Lark Bhaskaran * Layout Designed by: Santhosh kolanji

Rs. 120

ISBN: 978-81-969120-4-8

என் பெருங்காதல்காரன்
ரிஜ்வானுக்கு

காதல் என்பது பூவிதழ் கொண்ட ஒரு பறவை

பூமியில் பிறக்கும் ஒவ்வொரு மனிதனுக்கும் ஒவ்வொரு முகமுண்டு. யாருமே இங்கே ஒன்றுபோல் இல்லை. இரட்டையராகப் பிறந்தவர் முகங்களிலும் ஏதோ ஒரு வித்தியாசம் இருக்கத்தான் செய்யும். காதலும் அப்படித்தான் ஒவ்வொருவரிடத்திலும் ஒவ்வொரு மாதிரி இருக்கிறது. ஒவ்வொரு இதயத்திற்கும் ஒரு காதல் இருக்க வேண்டும், அது அதன் அடிப்படை குணங்களில் ஒன்று என்பது என் கருத்து. அதிலும் காதலும் வாய்த்து கவிதையும் வாய்த்துவிட்டால் வேறென்ன வேண்டும். வாழ்வு முழுக்க வசந்த காலம்தான்.

பெரும்பாலும் ஆண்கள் காதல் கவிதைத் தொகுப்பு போடுவதுதான் வழக்கம். வெகு சிலரைத் தவிர, பெண்கள் தன் இன்னல்களையே எழுதிக் கொண்டு வந்திருக்கிறார்கள். ஆண்கள் தன் காதலைக் கொண்டாடும் அதே சுதந்திரம் பெண்களுக்கும் இருக்கிறது என்பதற்கான வெளிப்பாடாகவே பெண்களின் காதல் கவிதைத் தொகுப்புக்களைப் பார்க்கிறேன். அந்த வரிசையில் கவிதாயினி ராஜிலா ரிஜ்வான் அவர்களின் 'என் காட்டில் அடைமழை' தொகுப்பு என் கையில். காதல் கவிதைத் தொகுப்பென்றாலே அதற்குத் தனி வாசம் உண்டு. கையில் வைத்திருக்கும்போதே கூட படபடத்து நழுவுகிறது, காரணம் இதற்கும் சிறகு உண்டு.

உன்னை விட
அதிகம் தெரியாது
ஆனால்
உன்னை மட்டும்
அதிகம் தெரியும்

என்ற வரிகளில் ஒரு சாதுர்யம் இருக்கிறது. அவனை விட அதிகம் தெரியாத அவளால் எப்படி ஒரு அழகான கவிதையை

அவனைப் பற்றி எழுத முடிகிறது, அப்படியெனில் அவனையும் அவளுக்கு அதிகம் தெரியும், அவளுக்கு அவனை விடவும் அதிகம் தெரியும் என்று தானே பொருள். காதலன் முன்னால் அல்லது காதலியின் முன்னால் தனக்கு ஒன்றும் தெரியாது என்று சொல்வதைக்கூட அவனை அல்லது அவளை தனக்குள் நிரப்பிக்கொள்ள ஒரு வெற்றிடத்தை தோற்றுவிக்கிறார்கள் என்றே உணர்கிறேன். காதல் இதையும் செய்யும் இதற்கு மேலேயும் செய்யும். காதல் என்பது பூவிதழ் கொண்ட ஒரு பறவை. அது பறக்கப் பறக்க உதிர்கின்ற இதழ்களைப் பொறுக்குகிற வேலையை நாம் செய்தலின் சுகம் வேறுண்டா? அதற்கு நாம் நீண்ட வரிசையில் நின்றாவது அதை வாங்கிக் கொள்ள வேண்டும்.

உன்
ஒற்றைக் குரலுக்கு
ஓடி வருகிறது
வாலை ஆட்டியபடி
என் மனம்

இந்தக் கவிதையில் வருகிற குரல் அவனுடையது. வாலை ஆட்டி வாஞ்சையோடு நிற்க வைக்கிற அந்தக் குரலின் இனிமை தான் என்ன. அந்த இனிமையின் பொருள் தான் என்ன. அது அவளின் செல்லப் பெயரின் உச்சரிப்பா. ஒருவேளை தன் தாயின் நிறத்தை அந்தக் குரல் வழிக் காண்கிறாளா. அந்த குரலில் பெண்ணடிமையை வீழ்த்தும் பெருங்குணம் உண்டா என ஆயிரம் நினைக்கத் தூண்டுகிறது கவிதை.

உனக்குப் பிடிக்காத
என்னை
எனக்கும் பிடிக்காது

இந்த ஐந்து சொல் ஆயுதத்தில் எத்தனைப் பெருங்கதையை முடித்திருக்கிறார் பாருங்கள். ஒரு வேளை தலைவனுக்கு தலைவி ஒரு கட்டத்தில் பிடிக்காமல் போனாளா? அல்லது சிறு கோபத்தில் இரண்டு நாட்கள் பார்க்காமல் இருந்ததற்காக அவள் மனமுடைந்து இப்படிச் சொல்கிறாளா. இப்படியான ஒருத்தியை அவனுக்கு எப்படிப் பிடிக்காமல் போகும் அல்லது காதலி ஏன்

திடீரென பிடிக்காமல் போக வேண்டும், அது சாத்தியமற்றது. என்னை எவ்வளவு பிடிக்கும் என அவன் கேட்டால், சாகிற அளவுக்குப் பிடிக்கும் என்று சொல்வது போல் இதை உணர்ந்து கொள்கிறேன். ஏனெனில் மரணத்தின் வெளிதான் மிகப் பெரியது. ஆனால் இவர்கள் இணைந்திருப்பார்கள். வாழ்வின் வெளி அதனினும் பெரியது.

இங்கு
ஒரு சேவல்
அடைகாக்கிறது
எனது காதலை

முரணில் கூட இத்தனை அழகா, அல்லது முரணால் தான் அழகா என திணறடிக்கிறது இந்தக் கவிதை. சேவல் அடை காத்தல் வேண்டுமானால் சேவையாக இருக்கலாம், ஆனால் காதலை அடை காப்பதில் ஆணென்ன பெண்ணென்ன. காதல் இருவருக்குமானது, அதே நேரத்தில் இந்தக் கவிதை சேவல் அடை காத்தலை கொண்டாடுகிறதென்றால், பொதுவாக இங்கே காதலை ஆண்கள் அடை காப்பதின் போதாமையை வெளிப்படுத்தியும், ஆனால் தன் காதலன் அப்படி இல்லை என்றுமான இரண்டு பதில்களை பதியமிடுகிறது இந்தக் கவிதை.

வாழ்க்கைத் துணையாக இல்லாவிட்டாலும்
வழித்துணையாகவாவது வா
சுண்டு விரல் பிடித்து
சிறிது தூரம் நடந்துவிட்டு வரலாம்

காதலுக்காக ஏங்கும் மனம் ஒன்றை இந்தக் கவிதை காட்சிப் படுத்துகிறது. சின்னதான ஏக்கமா இது, இதைவிடப் பெரியது இப் பிரபஞ்சத்தில் இல்லை என்றே தோன்றுகிறது. தனக்குப் பிடித்த ஒருவனோடோ ஒருத்தியோடோ பேசிப் பேசியே கரைந்துபோக வேண்டும் என்று நினைக்கிற போது வாழக் கிடைப்பது எவ்வளவு பெரிய வசதி. இந்த இரண்டுக்கும் இல்லாமல் காதல் அறுந்துபோவதை எப்படித் தாங்கிக் கொள்வது? காதல் மனங்களால் என்பதின் எழுத்துவடிமே இக்கவிதை. 'வழித்துணையாகவாவது வா' என்கிற சொற்களின் கனம் வலி மிகுந்தது.

தொகுப்பின் பக்கமெல்லாம் என் பக்கம் நின்றபோதிலும் சில கவிதைகளை மட்டும் உங்களுக்குத் தந்து மகிழ்கிறேன். இவை போக உங்களுக்குப் பிடித்த வேறு கவிதைகளும் இதற்குள் இருக்கும் தகுதி கொண்ட கவிதைநூல் இது. நூல் ஆசிரியர், ஸ்கூல் ஆசிரியர். மாணவர்களுக்குப் படைத்துப் படைத்துப் பரிமாறும் வாய்ப்புப் பெற்றவர். சாணை பிடிக்கும் அவசியம் இல்லை, விடாது வீசும் வாளுக்கு. தொடர்ந்து எழுதுங்கள். தூரம் என்று ஒன்று இல்லை. முந்துங்கள் யாவற்றையும், முடியாது என்பது மூட நம்பிக்கை. வாழ்த்துகள் !

நிறைந்த அன்புடன்,

ஏகாதசி

திரைப்பட இயக்குநர் & பாடலாசிரியர்
தமுஎகச மாநில துணைச் செயலாளர்
25.12.2023
செங்கல்பட்டு - 603209

இதயத்திற்குள் இதமான மழைச்சாரல்..

காதல் ...

இந்த ஒற்றைச் சொல் தான் நாம் உயிர் வாழ்தலை உறுதிப்படுத்துகிறது. மனிதனின் அடிப்படைத் தேவைகள் நிறைவடைந்த பின் அவன் தேடி அலைவது ஒற்றை அரவணைப்பை மட்டுமேசக உயிர்களிடம் நாம் காட்டும் அன்பின் உச்ச நிலையே காதல். காதல் ஆண் — பெண் இருவருக்குமானது மட்டுமல்ல. உலகிலுள்ள அத்தனை உயிர்களுக்கும் பொதுவானது. பரஸ்பர அன்பை மட்டுமே எதிர்பார்க்கும் காதல் புனிதமாகிறது. காதல் நம்மை நாமே உணரச் செய்கிறது.

காதல் வாய்க்கப்பெற்றவர்கள் கவிதையாகவே வாழ்கிறார்கள். சின்னச் சின்ன அன்பும், சின்னச் சின்ன வம்பும் காதலின் உந்துசக்திகள். காதல் வாழ்வின் ஒவ்வொரு நொடியையும் வாழ்ந்திடச் செய்கிறது. எதுவும் செய்யாமல் இருப்பதற்கு ஏதாவது செய்யும் எண்ணம் இருந்தால் இன்றே காதலிக்கத் துவங்குங்கள். உங்கள் வாழ்வு அழகாகும்.

பேரிடர் காலங்களிலும் எங்கோ ஒரு பூ பூக்கத்தான் செய்கிறது. பூ மட்டுமல்ல காதலும்தான். அப்படி எனக்குள் பூத்த காதலின் கருணையே இந்நூல்.

உலகில் ஒவ்வொருவருக்கும் அவரவர் அம்மா சிறந்தவர். அதுபோலத்தான் அவரவர் காதலும்...

காதலிக்கத் துவங்கிய பின்..

பூக்களை மொய்க்கும்
பட்டாம்பூச்சி
உன்னை மொய்க்கும்...
இரவை அழகாக்க
உனக்காகவே
வந்து போகும் நிலா...
முதல் சொட்டு முதல்
கடைசிச் சொட்டு வரை

உனக்காகவே பெய்து முடிக்கும்
அந்திமழை...
நீ சுண்டி விளையாடுவதற்காகவே
புற்களில் முளைத்திருக்கும்
அதிகாலைப் பனி ..
எத்தனை முறை
கண்ணாடி பார்த்தாலும்
மீண்டும் சரி செய்யத் தூண்டும்
ஒப்பனை...
ஊரிலுள்ள அத்தனைக் கண்களும்
உனை மட்டும்
பார்ப்பதாய்த் தோன்றும்..
நீ மட்டுமே உலகில்
பேரழகாய்...
உன் வீட்டினரே
உனக்கு அன்னியராய்...

இத்தனையும் நிகழ்ந்திட......
இதயத்திற்குள் இதமான
மழைச்சாரலை
நித்தமும் உணர்ந்திட...
சாதல் நுகர்ந்திடுமுன்
காதல் பகிர்ந்திடு...

விரலிடுக்கில் வெளிச்சம் ,நானும் புத்தன்தான் நூல்களைத் தொடர்ந்து எனது மூன்றாவது நூலான 'என் காட்டில் அடைமழை' உங்களையும் நனைத்திடும் என்பதில் ஐயமில்லை.

இந்நூலுக்காக அணிந்துரை வழங்கி சிறப்பித்த திரையிசை பாடலாசிரியர், இயக்குநர் தோழர் ஏகாதசி அவர்களுக்கு என் நெஞ்சார்ந்த நன்றிகள் .

இந்நூலினை சிறப்பாக வடிவமைத்து பதிப்பித்துக் கொடுத்த தோழர் லார்க் பாஸ்கரன், தோழர் அம்பிகா குமரன், தோழர் சந்தோஷ் கொளஞ்சி ஆகியோர்க்கு என் அன்பும் நன்றிகளும்.

என் முதல் இரு நூல்களையும் பதிப்பித்து என்னை ஊக்கப்படுத்திய அண்ணன் மு.முருகேஷ் அவர்களுக்கும் என் நெஞ்சார்ந்த நன்றிகள்.

மேலும் தொடர்ந்து என்னை ஊக்கப்படுத்தும் தமிழ்நாடு முற்போக்கு எழுத்தாளர் கலைஞர்கள் சங்கத்தைச் சார்ந்த அத்தனை தோழமைகளுக்கும், குறிப்பாக அண்ணன் சுருளிப்பட்டி சிவாஜி, அண்ணன் ஐ.தமிழ்மணி, அண்ணன் கவிதாமணி ஆகியோர்க்கும், முகநூல் நட்புகள் மற்றும் என் குடும்ப உறவுகள் அனைவருக்கும் என் மனமார்ந்த நன்றிகள்.

என் அத்தனை முயற்சிகளுக்கும் என்றும் தடை போடாத எனதன்புப் பெற்றோர்க்கும் (சுல்தான், ராஹிலா), இந்தக் கவிதைகளுக்கெல்லாம் மூல காரணமான அன்பு இணையர் ரிஜ்வானுக்கும், அன்புக் குழந்தைகள் ஆமினா, ஆஃபினா மற்றும் இஹ்சானுக்கும் இரு கரம் பற்றுதலுடன் அன்பு முத்தங்கள்.

இந்தக் கவிதைகளின் வழி கடத்தப்பட்ட உணர்வுகள் இனி உங்களையும் பற்றிக்கொள்ளட்டும்...

காதலினால் காதல் செய்வோம்..

பேரன்புடன்

மு.ராஜிலா ரிஜ்வான்
ஆசிரியை
(இலாஹி தொடக்கப்பள்ளி, கம்பம்)
தமுஎகச மாநிலக்குழு உறுப்பினர்.
தொடர்புக்கு : 6381096224
riziraji183@gmail.com
25/12/2023

அடைமழையில்
நனைகிறாய்

வெட்கத்தால்
விட்டு விட்டுப்
பெய்கிறது மழை.

o

வீடு முழுவதும் தனிமை
நீ இல்லாத வீட்டில்
எதைச் சாப்பிடுவது
எப்பொழுது தூங்குவது
எப்படிச் சிரிப்பது

இதை எழுதிக்
கொண்டிருக்கும்
இந்நேரத்தில்
தோளில் ஆறுதலாய்
கை போடுகிறது

சுவரில் தொங்கும்
உன் சட்டை.

o

பெரும்
யுத்தங்களால்
மட்டுமல்ல

சிறு முத்தங்களாலும்
எழுதப்படுகிறது

தேசங்களின்
வரலாறு.

o

உன்னைப்
போர்த்திக் கொள்கிறேன்
பாவம்
பனியில் நனைகிறது இரவு.

o

திரும்பத் திரும்பக்
கரையோடு
காதலைச் சொல்லும்
அலைகள்

உன்னைத் துரத்தும்
என்னைப் போல.

o

என்றோ
உனக்காக எழுதிய கவிதை
பலமுறை வாசித்துப்
பார்க்கிறேன்
ஒவ்வொரு முறையும்
உனது குரலில்.

o

அள்ளிப் பருகுகிறாய்
நீ முத்தமிட்டுச் சென்றதாக
ஊரே பீற்றிக் கொள்கிறது
அந்த ஆறு.

o

என்
உயிர் நூலை
அசைத்துச் செல்கிறது
உன் மௌனம் பேசும் மொழி.

o

சிறு சிறு மிடறாகப்
பருகுகிறாய்
தேநீருடன் என்னையும்.

o

உன் பெருமழையில்
கொஞ்சமாவது
என் மேல்
தூறிவிட்டுப் போ

என் வேர்களும்
கொஞ்சம் நனைந்து
கொள்ளட்டும்.

o

தலையைக் கோதியபடி
மெல்லக் கடக்கிறாய்
என் கடைசிச் சொட்டு
எச்சிலும்
வறண்டு விடுகிறது.

o

ஈரத் தலையை
இடம் வலமாய்
என் முகத்திற்கு நேரே
அசைக்கிறாய்

பருவமெய்திவிடுகின்றன
என் பருக்கள்.

o

சுண்டுவிரலால் கூட
தீண்டி விடாதே
அணைக்க முடியவில்லை

என்னுள்
பெருங்காட்டுத்தீ.

o

பெய்து கொண்டே இருப்பதால்
அது மழையாகிடுமா

ஒருமுறையேனும்
உன்னை நனைக்க வேண்டும்.

o

முன்பைவிட
என் கவிதைகளில்
அதிகம்
காதல் ரசம் சொட்டுவதாகக்
கூறிக்கொள்கிறார்கள்

அவர்களுக்குத் தெரியாது
நாம் தற்சமயம்
பிரிந்திருப்பது.

o

உன் முத்தம் சிந்தும்
நேரங்களில்
என் கன்னங்களில்
உதித்திருக்கும்

சில விண்மீன்கள்.

o

உன்னை என்
உள்ளங்கைகளில்
ஏந்துகின்றேன்

கண்ணாடிக் குவளையை
ஏந்தும்
அதிகக் கவனத்துடன்.

o

மழை
மேலும்
அழகாகிறது

உனை நனைத்திடும்
போது.

o

அழகு
அழகு
ஆணின் வெட்கம்
உலகின் பேரழகு.

o

உன்னைவிட
அதிகம் தெரியாது
ஆனால்
உன்னை மட்டும்
அதிகம் தெரியும்.

o

ஒற்றைச் சொல்லை
நீ உதிர்த்துச் செல்கிறாய்

ஆயிரம் பட்டாம்பூச்சிகள்
என்னை
இழுத்துச் செல்கின்றன.

o

புயல்
கரையைக் கடக்கிறது

இதோ
உன் மூச்சுக்காற்று
என் கன்னங்களில்.

o

உன்னைச் சமாதானப்படுத்த
நான் ஒன்றும் செய்வதில்லை

சில நொடிகள்
நேருக்கு நேர்
பார்ப்பதைத் தவிர.

o

உன்னை விட
அழகானவை
நீ கூறும்
பொய்கள்.

o

பூ உதிர்க்கும்
மரத்தடியில் நிற்கிறாய்
உன் மேல் மட்டும்
பூக்களை உதிர்த்து
சிலிர்த்துக் கொள்கிறது மரம்.

o

நீ அருகிலில்லா
நேரங்களில்
என்னைப் பார்த்துச்
சிரித்துக் கொண்டிருக்கிறது
உன் புகைப்படம்.

o

ஆயிரம் வார்த்தைகளில்
உனதன்பைச் சொல்கிறாய்

என் காதலைச் சொல்ல
மௌனத்தைத் தவிர வேறேது.

o

கண்ணாடியில் தூசி
துடைக்கும் போதெல்லாம்
மறவாமல்
எழுதிப் பார்க்கிறேன்
உன் பெயரை.

o

நீ சூடிவிட்ட
பூக்களில் ஒன்று
உதிர்கிறது

மோட்சம் பெறுகிறது
உதிர்ந்த இடம்

o

நனைதல் வரம்தான்
அதைவிடப் பெரும் வரம்
உன்னுடன் குடைக்குள்.

o

என்னைப் பொருத்தவரை
இரண்டும் ஒன்றுதான்

என்னிடம் நீ கூறும்
"ஐ லவ் யூ" வும்

உன்னிடம் நான் கூறும்
"ஐ ஹேட் யூ" வும்.

o

கனவில் கரம்பற்றி
இழுக்கிறாய்
விழித்துப் பார்க்கிறேன்
சிவந்திருக்கிறது
என் முகம்.

o

பேருந்துப் பயணம்
நான் அமர்ந்திருக்க
இரு இருக்கைகளுக்குப் பின்
நீ நிற்கிறாய்

'திரும்பிப் பார்க்காதே' என்று
எத்தனை முறை
இழுத்துப் பிடித்தாலும்
உன் பக்கமே
திரும்பி நிற்கிறது
என் முகம்

உன் மேல்
பைத்தியமான பின்பு
வெட்கம் மானமெல்லாம்
எங்கே அதற்குத் தெரிகிறது.

o

உன்னை ரசித்துக்
கொண்டிருக்கிறேன்
என்னை ரசித்து
கொண்டிருக்கிறது
நம் காதல்.

o

எனக்காக நீ அழுத
அந்த நிமிடங்களில்
எனக்கான உன்னை
நான் அறிந்து கொண்டேன்.

o

நீ சொன்ன பின்புதான்
தெரிகிறது
நிலவு மட்டுமல்ல
நானும்
அழகுதானென்று.

o

புத்தகத்தில்
மடித்து வைத்த
முக்கியப் பக்கங்களாய்
என் வாழ்வில்
உன் நினைவுகள்.

o

கொன்று குவித்து
விடவா

உன்னைக் கொய்யும்
அந்தப் பெண்களின்
பார்வைகளை.

o

சட்டெனத் திரும்பச் செய்கிறது
உன் வாசம்

யாரிடம் சொல்லிப் போடுவது
அதற்கு
ஊரடங்குச் சட்டம்.

o

உன்
காதலைச்
சத்தமிட்டுச்
சொல்கிறது
உன்
மௌனம்.

o

உன்னுடன்
சென்றபின்
அத்தனை
எளிதாக
இருப்பதில்லை
இந்தச்
சாலையைக்
கடப்பது

அன்று நீ
பிடித்திருந்த என் விரல்களை
மெல்லத் தொட்டுப் பார்க்கிறேன்

இதயம் நழுவி
சாலையில் விழுந்து
துடித்துக் கொண்டிருக்கிறது.

o

வார்த்தைகளை அலங்கரிக்க
இடையிடையே
உச்சரிக்கிறேன்
உனது பெயரை.

o

நீ
நான்
நிலவு
கூடவே கொஞ்சம் மழை
போதுமானதாய் இருக்கிறது
என் கவிதைகளுக்கு.

o

உன் மூச்சுக்காற்றில்
உயிர் வாழும்
நீர்க்குமிழி நான்.

o

உன் விரல்களால்
என் தலை கோதுகிறாய்

அவை என்னுள்
கவியெழுதிக்
கொண்டிருக்கின்றன.

o

இரு மீன்கள்
தூண்டில் போட்டு
என்னை இழுக்கின்றன

இயற்கையை மாற்றும் சக்தி
கடவுளுக்கு மட்டுமல்ல
காதலுக்கும் உண்டு.

o

கொடுத்தது திரும்பக்
கிடைத்து விடுகிறது
வட்டியுடன்
உன்னிடமிருந்து மட்டும்

முத்தமில்லை
என்று சொன்னால்
நம்பவா போகிறீர்கள்.

o

உன் ஒற்றைக் குரலுக்கு
ஓடி வருகிறது

வாலை ஆட்டியபடி
என் மனம்.

o

நான் எழுதிய
கவிதைகளில்
எல்லாம்
ஓவியமாய் நீ.

o

விட்ட இடத்தில் துவங்கி
மீண்டும்
உன்னிடம்
சண்டையிட்டு
வம்பிழுக்கிறேன்

நம் காதலின்
குறியீடு
படிமம்
எல்லாம்
இந்தச் சண்டைதானே.

o

பேசக்கூடாதென நினைக்கும்
போதெல்லாம் விரல்கள்
அனிச்சையாக
அழுத்திவிடுகின்றன

அலைபேசியில்
உன் பெயரை.

o

கலைந்திடும்
தலைமுடிகளைச்
சரிசெய்கிறாய்

கலைகிறது
என் மனம்.

o

ஊரடங்கிய வேளையில்
விழித்துக் கொள்கின்றன

காதலின் ஐம்புலன்களும்.

o

வழக்கத்தை விட
சுவை கொஞ்சம்
கூடுதலாக உள்ளதாக
வீட்டில் சொல்கிறார்கள்.

அவர்களுக்குத் தெரியாது
இன்று உனக்காகச் சமைத்தேன்.

o

மழைக் கவிதை
நான் எழுதுகிறேன்
நீ வாசிக்கிறாய்

நனைகிறது
நம் காதல்.

o

பூக்கள் நிறைந்த பாதை
நீ நடக்கும் போதெல்லாம்
உன்னைச் சுற்றுகின்றன
பட்டாம்பூச்சிகள்.

o

நம் விஷயம்
தெரிந்து விட்டதோ

உன் பெயரைச்
சொல்லி என்னை
அழைக்கிறார்கள்.

o

குடைமறந்த நாளில்
உன்னுடன் நனைந்தபடி செல்கிறேன்

இன்று
என் காட்டில்
அடைமழை.

o

புள்ளி வைக்கிறாய்
அவை
என்னுள் கோலமிடுகின்றன.

o

ஒவ்வொரு முறையும்
நழுவி நழுவி
என் மேல் விழுகிறது

கூட்டத்தில்
உன் பார்வை.

o

விடைகள் வேண்டாம்
வினாக்களாகவே இரு

புதிராக இருப்பதாலேயே
புனிதமாகிறது
நம் காதல்.

o

உன் பெருங்காதலை
எனக்கு உணர்த்துகின்றன
ஊடற் காலங்களில்
நீ தரும் 'மிஸ்டு கால்'கள்.

o

பேரண்டப் பெருவெளியில்
எனக்கான
ஒற்றைப்புள்ளி
நீ.

o

எதையோ யோசித்தவாறு
நகம் கடித்துத் துப்புகிறாய்

உண்மையில்
அழகன் நீ
பேரழகனாகும்
தருணம் அது.

o

இனி உன்னிடம்
பேசப் போவதில்லை
என்று சொன்ன நாட்களில்தான்
அதிகம் பேசிக்
கொண்டிருக்கிறேன்
உன்னைப் பற்றி.

o

ஒரே வண்ண உடை
அணிந்து செல்கிறோம்

நம்முன்
அதே வண்ண
உடையணிந்து நிற்கிறது
வானம்.

o

உன் அருகில் அமரத்தான்
துடிக்கிறேன்
ஆனாலும் சற்று
இடைவெளியுடன் அமர்கிறேன்.

இடைவெளிகளால்
நெருக்கமாகிறது
நம் காதல்.

o

யாருக்கும் தெரியாமல்
ஏன்
உனக்கே தெரியாமல்
உன்னைத் தீண்டுகிறேன்

எனக்குள் பொங்கிய
எரிமலையில்
பூக்கள் பூக்கின்றன.

o

மேல்இமையால்
கீழ் இமையை
அணைக்கிறாய்

அய்யோ
கோடி கோடி
பட்டாம்பூச்சிகள்
படபடக்கின்றன.

o

புத்தகத்தின்
முதல் பக்கத்தில்
மட்டும் தான்
என் பெயர்

அடுத்தடுத்துள்ள
பக்கங்களிலெல்லாம்
நிரம்பியுள்ளது
உனது பெயர்
யாரும் அறியாவண்ணம்.

o

ஆனந்த யாழை
நீ மீட்டுகிறாய்
என் ஹார்மோனியம்
எக்குத்தப்பாய் இசைக்கிறது.

o

காதல் என்ன செய்யும்

ஐயோ
எல்லாமே செய்யும்ப்பா
காதலித்துப் பார்.

o

பாதி குடித்த
தேநீர்க் குவளையை
இடம் மாற்றி வைக்கிறாய்

உன் மீதித் தேநீர்
என்னைக் குடிக்கிறது.

o

இன்றும் மடிப்புக் கலையாமல்
பத்திரமாகத்தான் உள்ளது

அன்று நீ கசக்கி
எறிந்த முதல் கடிதம்.

o

அழகாய்
இருக்கின்றன
எனக்காக
நீ செய்யும்
அத்தனையும்.

o

இரவு முழுவதும்
விழித்திருக்கின்றன
நம் காதல் பேசிகள்.

o

உனக்குப் பிடிக்காத
என்னை
எனக்கும் பிடிக்காது.

o

நீ என் கவிதையை
வாசிக்கிறாய்
நான் உன் இதழ்களை வாசிக்கின்றேன்

ஆஹா
அவையல்லவோ
பெருங்கவிதை.

o

கடற்கரையில்
உன் பாதச்சுவடுகளின் மேல்
என் பாதங்களைப் பதிக்கிறேன்

சூல் கொள்கிறது
நம் காதல்.

o

'நிழலுக்கு வா
வெயில்ல நின்டா
கருத்துறப் போற'
என்கிறாய்
சிவந்து விடுகிறது என் முகம்

மழைக்காலமோ
வெயில் காலமோ
எல்லா காலமும்
நமக்கு காதல் காலம்தான்.

o

கோபத்தில்
ஏதோ கத்துகிறாய்

இதோ
இந்த நொடியில்
என்னைக் கடந்து செல்கிறது
ஒரு வண்ணத்துப்பூச்சி.

o

விடைகள் தெரிந்த
கேள்விகளால்
வினாத் தொடுக்கிறாய்

பதில் தெரிந்தும்
தெரியாதது போல்
எதிர்க்கேள்வி கேட்கிறேன்

நீ புன்னகைக்க
நான் முறைக்கிறேன்
நான் முறைக்க
நீ புன்னகைக்கிறாய்

இதோ
ஆரம்பித்து விட்டது
இன்றைய
தினத்திற்கான சண்டை

சரி வழக்கம்போல்
சமாதானப்படுத்து
உன் மென்முத்தங்களால்.

o

அத்தனைப்
பூக்களையும்
நீயே எடுத்துக் கொள்

நான் பூரிக்க
உன்னிடமிருந்து
ஒரு முள்
போதும்.

o

எல்லாக் கோட்டையும்
அழித்துவிட்டு
முதலிலிருந்து வா

முதல் முத்தத்திலிருந்து துவங்கி
மீண்டும்
காதலித்துத் தொலைவோம்.

o

அரிதினும் அரிதான
நிகழ்த்துக்கலை
நீ நிகழ்த்தும் இந்தக்
காதல் கலை.

o

வாழ்கைத்துணையாக இல்லாவிட்டாலும்
வழித்துணையாகவாவது வா

சுண்டு விரல் பிடித்து
சிறிது தூரம்
நடந்து விட்டு வரலாம்.

o

சிறுகோபத்தில்
பிரிந்து சென்ற
உன்னை நினைத்து
அழும் என் இதயத்திற்கு
உன் புகைப்படத்தைக் காட்டி
ஏமாற்றிக் கொண்டிருக்கிறேன்

அழும் குழந்தைக்கு
மிட்டாய் கொடுத்து
ஏமாற்றுவது போல.

o

வெறும் வார்த்தைகள்தான்
நீ கூறியவுடன் கவிதையாகிறது

வெறும் கவிதைதான்
நீ வாசிக்கவும் பாடலாகிறது

வெறும் பாடல் தான்
நீ பாடியவுடன் தேவகானமாகிறது.

o

சில நேரங்களில்
வரமாய்
சில நேரங்களில்
சாபமாய்

நீயும் அவனைப்
போல் தான்
மழையே.

o

பூக்கள் மட்டுமல்ல
கண்ணீரையும்
பரிசளிக்கிறாய்
கோபத்தின் உச்சத்தில்
தீயெனச் சுடுகிறாய்

வெந்து தணிகின்றன
என் தூங்கா இரவுகள்

o

உன்னோடு
கரையேறுகிறது

குளத்தில் உன்னுடன்
குளித்த நிலா.

o

ஒரேயொரு பூ
இத்தனை கனமா
நீ தூக்கி
எறிந்த பின்
உணர்கிறேன்.

o

புருவத்தை வளைத்து
'என்ன' என்கிறாய்
அந்த நொடி முதல்
பேசப் பழகிவிட்டன
என் புருவங்கள்.

o

மெலிதாய்
வருடிச் செல்கிறாய்
உடனே பூத்து விடுகிறது
இந்தக் கள்ளிச்செடி.

o

என்னைத்
தன்னிலை
மறக்கச் செய்யும்
யுக்தியை
அந்தப் பட்டாம்பூச்சிக்குப் பிறகு
நீ அறிந்திருக்கிறாய்.

o

நிசப்தம்
அர்த்தமுள்ளதாகிறது

சத்தமில்லா சில
அஹி(இ)ம்சை முத்தங்களால்.

o

விரலால் எழுதி
கையால் அழிக்கிறேன்

அத்தனை அழகு
காற்றில் உனது பெயர்.

o

குளத்தில் முகம் பார்க்கிறாய்

தன்னை
ஒப்பனை செய்து கொள்கிறது
குளம்.

o

உன்
ஒற்றை அரவணைப்பு
போதும்
வாழ்தல் இனிது.

o

சண்டைகளின்
போதெல்லாம்
ஒரு இன்ச்
மேலும் அதிகமாகின்றது

உனக்கும் எனக்குமான
நெருக்கம்.

o

வாதங்களின் இறுதியில்
நீயே வெல்கிறாய்

விட்டுக் கொடுப்பது
நான் என்பதை அறியாமல்

o

நனைந்த என்னை
மேலும்
நனைத்துச் செல்கிறது
உன் ஈரப்பார்வை.

o

உன்னைச் சந்தித்தப்பின் வரும்
என் முதல் பிறந்தநாள்

என்
முதல் பிறந்தநாள்.

o

தேவதை எனும்
சொல்லின்
அத்தனை அம்சமும்
உனக்கும் பொருந்திப்போகிறது

நீ என் ஆண் தேவதை.

o

ஒன்று இரண்டு மூன்று
நிலவுகளை எண்ணிக் கொண்டிருக்கிறேன்

நீ சுட்டிக் காட்டிய பின்
விண்மீன்களெல்லாம்
எனக்கு நிலவுகள் தான்.

o

உன் விரல்களில்
முத்தமிட்டு
எனை நோக்கி வீசுகிறாய்

அது
வேறெதிலும் மோதி விடாமல்
பத்திரமாய்
வந்து சேர்கிறது
என் இதழ்களை.

o

இங்கு
ஒரு சேவல்
அடைகாக்கிறது

எனது காதலை.

o

எல்லோர்க்கும்
இரவு இரவாகவே
முடிந்து விடுகிறது

நமக்கு மட்டும் இரவு
பகலாக விடிகிறது.

o

பறவை கூடடடைதல் போல்
நான் உன் மடியில் சுருள்கிறேன.

தலை கோதலுடன் துவங்குகிறது
இன்றைய அஸ்தமனம்.

o

நீ முறைக்கிறாய்
நானும் முறைக்கிறேன்

நீ சிரிக்கிறாய்
நானும் சிரிக்கிறேன்

நீ அழுகிறாய்
நான் உன்னை அணைக்கிறேன்.

o

தூரத்தில் நின்று
உதடுகளைக் குவித்து
கண்ணடிக்கிறாய்

நான் பாஷை மறந்து
உளறத் துவங்குகிறேன்.

o

தேநீருடன்
அமர்ந்திருக்கின்றோம்

தேநீரின் சூடு
பரவிக் கொண்டிருக்கிறது
பிணைந்திருக்கும்
நம் விரல்களில்.

o

பேருந்துப் பயணங்களில்
உன்மேல் சாய்கிறேன்
அம்மா மடியின் கதகதப்பு
உன் தோள்களில்.

o

சில செறிவூட்டப்பட்ட
சொற்களை எழுதுகிறேன்
அவை
உனக்கான கவிதையாக
மாறுகிறது.

o

திடீரென்று பின்னாலிருந்து
என் கண்களைக் கட்டிக் கொள்கிறாய்
நீ தானென்று தெரியும்

உன் விரல்களில் துவங்கி
தலை வரை
தொட்டுப் பார்த்துவிட்டேன்

இன்னும் யாரென்று
சொல்லவில்லை
எதற்குச் சொல்லனும்.

o

*கடுங்குளிரில்
என்னை
அணைக்கிறாய்*

*குளிர்
குளிர்காய்கிறது.*

o

விடைபெற நினைக்கும் பொழுது
விரல்களைத் தொடுகிறாய்

சரி
கொஞ்சம் நேரம்
நம் விரல்களும்
பேசிக் கொள்ளட்டும்.

o

வேட்டியை மடித்துக்கட்டி
நீ நடப்பது போல்
நைட்டியை மடித்து
நானும் நடந்து பார்க்கிறேன்

அட
என்னைத்
தொற்றிக் கொண்டது
உன் ஆண்மை.

o

உள்ளங்கையில்
இதயம் வரைந்து
அதற்குள்
உன் பெயர் எழுதியது
ஒரு குற்றமா

விரல்களைத் திறந்து
காட்டச் சொல்லி
தோழிகள்
மும்முனைப் போராட்டம்.

o

அத்தனை மேகங்களும்
ஒன்று கூடி
என்மேல் மட்டுமே
மழை பொழிவதுபோல் உள்ளது

கூட்டத்தில்
என்னை மட்டும் தானே
நீ பார்க்கிறாய்.

o

கடற்கரையில்
விளையாடிக் களைத்த
குழந்தையின் உடலில்
அப்பிக் கிடக்கும்
மணல் போல்
என் மனம் முழுதும்
அப்பிக் கிடக்கும்
அற்புதம் நீ.

o

மீண்டும் மீண்டும்
காதலைச் சொல்லி
சிலிர்க்க வைக்கிறாய்
இன்றாவது
மோதலுக்குத் தயாராகு
கூர் தீட்டலாம்
நம் காதலை.

o

என் முகம் பூத்த
வியர்வையை
ஊதிக் கலைக்கிறாய்
இப்போது
என் உடல் முழுவதும்
வியர்வை.

o

குத்தீட்டியாய்
எனைக் கொன்றழிக்கிறது
உன் பார்வை
போர் செய்தது போதும்
வா காதல் செய்யலாம்.

o

என் கரம் பற்றி
உன் காதலைச் சொல்கிறாய்

அதிர.. அதிர...
பறை இசைக்கிறது மனம்.

o

என் கடும் கோபத்தையும்
உருக்குலைத்து விடுகிறது
உன்
சிறு தீண்டல்.

o

எதிர் வீட்டில்தான்
இருக்கிறாய்
ஏதோ தூர தேசத்தில்
இருப்பதுபோல்
தூரப்பார்வை மட்டுமே
நீரூற்றுகிறது
நம் காதலுக்கு.

o

வேட்டி சட்டையுடன்
வருகிறாய்
இங்கே என் தாவணி
தறிகெட்டு ஆடுகிறது.

o

சந்திக்கும்போதெல்லாம்
'ச்சியர்ஸ்'
சொல்லிக் கொள்கின்றன
நம் விழிகள்.

o

ஒவ்வொரு முறையும் நீ
இயல்பாகத்தான் கடக்கிறாய்
என் மனம்தான்
தகிடதத்தோம் போடுகிறது.

o

இதமான தெல்லாம்
இம்சித்துத் தொலைக்கின்றன
பெரும் அவஸ்தைதான்
நீ சூழ் உலகு.

o

உன்
விரல் பிடித்து
நடக்கயில்
எனக்கு
பேரழகியெனும்
கர்வம்.

o

அறிவிப்பின்றி
தோட்டத்திற்குள் செல்லாதே
வெட்கத்தில்
நெளிகின்றன பூக்கள்.

o

மழை என்னை
நனைத்துச் செல்வதற்கும்
நீ என்னை
அணைத்துக் கொள்வதற்கும்
ஒரே வித்தியாசம் தான்
அது உலர்ந்துவிடும்.

o

சூழலைக்
கனமாக்குகிறது
உன் பெரும் மௌனம்.

o

தேடித் தேடி
தொலைகிறேன்
உன்னிடம்
தொலைவதற்காகவே
மீண்டும்
கிடைக்கிறேன்.

o

நான்
ரசிக்கும் உணவு
நீ ஊட்டும்
உன் உணவின்
முதல் வாய்.

o

அதீத அன்பிற்கு
சொற்பதம்
காதல் என்றால்
என் காதலுக்கு
சொற்பதம் நீ.

o

இத்தனைப் பெரும்
காதலை
தாங்க முடிகிற என்னால்
முடியவில்லை
உன் சின்னஞ்சிறு
நிராகரிப்பை.

o

பூக்களோடு வருகிறாய்
என் சுவாசம் முழுவதும்
உன் வாசம்.

o o o